काही तरी लिहुया

D1652012

सागर चंद्रकांत तांब्रे

अनुक्रमणिका

अनुक्रमणिका

कै. चंद्रकांत तुकाराम तांब्रे(24/7/1970-16/6/2021)

1. पावसाळा

आला पावसाचा हृतु
मनी आनंदी आनंद
हा पावसाचा थेंब
देई मातीचा सुगंध

आला पेरणीचा क्षणं
कधी पडेल पाऊसं
हा जुनचा महीना
पुरवेल माझी हाऊस

काय सांगू माझी कथा
मी जग विसरीले
या पावसाने माझे
डोळे भरूनी आले

चार महिन्याचा सन
गेला मनात रूझुन
कधी येशीलं परतं
वाट पाहतो नभात बघुन

2. प्रेम

पहीला भास तु
पहीला ध्यास तु
या निसर्गाच्या वा-यामधला माझा श्वास तु

माझी सकाळ तु
माझी रात्र तु
या चांदण्यात उठुन दिसणारा माझा चंद्र तु

आठवतोय तो दिवस
ज्या दिवशी आपली भेट घडली
मनात कुठेतरी वाटलं
की तु मला मिळाली

कीती सांगु मनाला
मन तुझ्यासाठी रडतय
त्याला काही दिसेना
तरीही का तुझ्याकडे वळतय

तुझ्यासाठी कळतंय
तुझ्यामागे पळतय
आता तुच आवर ह्या मनाला
कारन हे ह्रदय फक्त तुझ्यासाठीच मरतंय

3. झाड

हिरवी हिरवी झाडे
त्याला हिरवी हिरवी पाने
या हिरवळ वातावरनात
आले ओठांवरी गाणे

गाणे झाडांच्या मनातले
गाऊया ताला-सूरात
असो झाड फुला-फळांचे
आनंद लुटुया त्या वनात

वनात जाऊनी मनात हरऊया
मनात हरऊनी झाडांशी वोलुया
सुख मिळेल त्या मैफली मध्ये
तिथेच आपुल्या नव्या जीवनाला सुरवात करूया

जीवन आपुले तेथुन
तेथुन आपुले शेवट करूया
आणि या धावपळीच्या दुनियेत
आपुल्या घराभोवती एक झाड लाऊया

4. बाप

बाप मायेची ती शालं
बाप अंधाराची ती मशालं
बाप भाकरीचा तुकडा
बाप तांदूळाचा कण
मी पाहिला तो क्षण
होता संकटाचा काळं
रोज करी धावपळ तरी जाईना हा काळ
काळं गेला हरऊनी धावपळ काय थांबेना
धावपळ होती माझ्या साठी
पन मला काय कळेना

कष्ट केले माझ्या साठी
तुझे उपकार फिटेना
माझे पोट भरल्या विना
तुझे डोळेही मिटेना

तुझे झिजलेरे हातं
माझ्या भाकरीच्या तुकड्यापाई
माला जाणीवलं आता
माझ्या नशिबी कशी आली पेन,पुस्तक आणि वही

5. आई

सा-या विश्वाची जननी
तुला देवाचं वरदानं
जन्म झाला तुझ्या पोटी
वाटे गौरीचामी बाळ

लहानपण माझ गेलं
तुझ्या खुषीत राहुन
मला देव ही कळाला
तुझ्या रूपात पाहुन

तुच माझी गौरी
तुच माझी रखुमाई
तुझी माया ही पाहुनी
लाजतोग चंद्र आई

पुरे केले माझे स्वप्न
पुरे केले माझे लाड
आई तुझ्याविना नाही
माझ्या नशिबाची मोड

6. शिक्षक

आमच्या शिक्षकांची गोष्टच निराळी होती
कधी हसवायची तर
कधी रडवायची मिठ्ठी होती

इग्रंजीचा तास आला
की वाटे हसण्याची ती वेळ
पन तीच वेळ
करी परीक्षेचा खेळ

खेळ करूनी गेला तो वेळ
आला B.K. चा तो तास
होई मार खाण्याचा हा भास
भास होई रोज-रोज
माफ करूनी संपवितो तास

मंग येतो S.P.चा हा तास
गडबड होई विद्यार्थ्यांची
होई टीचर बेचैन
करी शब्दांचा तो मारा
वाटे पुस्तकांचा आम्हावरी पहारा

मंग येतो मराठीचा तास
पुस्तक नसतो हातात

टीचर येथे आस-पास
मार देऊनी संपवीते क्लास

7. पंढरीच्या विठ्ठला

भक्तांचा तु कैवारी विठ्ठला
जसे नावात तुझ्या गोडी
तुझ्या रूपाची ही पंढरी
वाटे सोण्याची तिजोरी

चंद्रभागेच हे पानी
वाटे अमृताचं पेय
चाखून हे पानी
समाधान होई देह

धुंद झालो तुझ्या अभंगात
गेलं भानही हरपूनं
आस लागली विठ्ठला
तुझी वारी ही पाहुनं

घेतो नाव तुझे विठ्ठला
जगाच्या ह्या तोंडावर
वारं आनंदाचं दे
कर ठेऊनी कटेवर

8. आजोबा

आजोबा तुमच्या सोबतचा हर एक क्षण आठवतोय
तरीही का मन माझ तुमच्या पासुन मला दुर पाठवतय

तुमच्या खांद्यावर खेळणं
तुमच्या सोबत राणात फीरनं
सारं काही आठवतंय
तरीही मन माझ तुमच्या पासुन दुर पाठवतय

आजोबा आठवतोय तो दीवस
मी रड-रड रडलो होतो
त्या दिवशी आईला सोडुन
पहील्यांदा तुमच्या मांडीवर झोपलो होतो

आजोबा लहान होतो तेव्हा
आता मोठा झालोय
मला हसवण्यासाठी तुम्ही केलेलं ढोंग पाहुन
परत लहान झालोय

आजोबा आता फक्त तुमच्या जवळ राहु वाटतंय
तरीही मन माझ तुमच्या पासुन मला दुर पाठवतय

9. मनावरचं प्रेम

आज तिला पाहीलं
मन भरुन आलं
महीण्याभराचं सारं दुःख
एकदाच नदीमध्ये वाहुन गेलं

बोलायचा प्रयत्न केला
प्रयत्न असफल झाला
पन काल तोच केलेला प्रयत्न
आज स्वतः चालून आला

तीने मला बोल्ले
मीही तीला बोल्लं
पाहता-पाहता
बोलता-बोलता
मन रमत गेलं

मन रमलं तीच्या बोलण्यामध्ये
मन रमलं तीच्या हसण्यामध्ये
सारं काही माझं तिच्यामध्ये होत गेलं
पन अत्ताही तीच माझ नातं काय हे अजुनही नाही कळालं

कळालं तेव्हा
जेव्हा तीच्या आणि माझ्या मनाचं बोलणं झालं

बोलनं झालं
पन ओठांवर व्यक्त करता नाही आलं

ओठांवर व्यक्त झालं
तेव्हा तीने सुध्दा होकार दिला
आणि जेंव्हा मनाला कळालं
तेव्हा मन आनंदाने नाचू लागला

10. क्रिकेटची आठवन
(Lockdown)

आज बघता-बघता
दोन महिने झाले
अजुनही बॅट नावाची फळी एका कोप-यात उभी आहे
नाही त्या फळीला चेंडु आदळला
आणि नाही त्या फळीने षटकार लागले

षटकार लागायचा
झेल जायचा आनंद साजरा करायचो
ते दिवस गेले
आता दुःखाचे दिवस आले

आमचा सन होता क्रिकेट
तो सन 365 दिवसाचा असायचा
आम्ही पावसातही क्रिकेट खेळायचो
नाही तर मन शांत नाही बसायचा

आज त्या बॅट कडे पाहीलं
पाहता क्षणी खेळायचं मन झालं
पन कोरोनाचा वाढता प्रभाव पाहुन
मन तिथंच रूजून गेलं

आता IPL सुरू झालेत

ते पाहुन थोडा आनंद होतोय
पन ते पाहताना
क्षणोक्षणी खेळण्याचा भास होतोय

11. स्वप्न माझे

रंगात रंगूनी रंगले
हे स्वप्न माझे
प्रेमात हरवूनी बहरले
हे मन माझे
मन माझे हे
हरवूनी गेले
स्वप्नात हे
बहरूनी आले
बहरूनी आले हे
क्षणोकक्षणी
स्वप्न माझे झाले पुरे
होते प्रेमाचे हे स्वप्न माझे

भास प्रेमाचे का
स्वप्नातही होइ
पहाटे उठुनी मन माझे
तुलाच हाक देई
हाक प्रेमाची
साथ वा-याची
येतीया का क्षणोकक्षणी
स्वप्न माझे झाले पुरे
होते प्रेमाचे हे स्वप्न माझे

12. माझ शिवार भर पाण्याचे

वाट दिसेना ही देवा
अंधार नसुनी
शब्द हरवले देवा
पुस्तक असुनी
देवा सांग आता
कशी किमया तुझी
माझ कोरड शिवार
भर पाण्याचे तरी

माझ रानं
माझ्या झाडाचं पानं ही दिसेना
कीती वर्ष झाली
माझं फुल ही फुलेना
देवा येऊदे माझ्या
राणतल्या तुरी
माझ कोरड शिवार
भर पाण्याने तरी

अध्याय13

वाट दिसेना ही देवा
अंधार नसुनी
शब्द हरवले देवा
पुस्तक असुनी
देवा सांग आता
कशी किमया तुझी
माझ कोरड शिवार
भर पाण्याचे तरी

माझ रानं
माझ्या झाडाचं पानं ही दिसेना
कीती वर्ष झाली
माझं फुल ही फुलेना
देवा येऊदे माझ्या
राणतल्या तुरी
माझ कोरड शिवार
भर पाण्याने तरी

देवा माती सोबत नातं माझ
आई सारखं
नाही उगवलं सोन
देवा हिरव्या पानाचं
नाही रडलं देवा

ते आभाळ कधी
माझं कोरड शिवार
भर पाण्याने तरी

14. हिरवळ निसर्ग झाला

पसरला सुगंध फुलाचा
त्या फुलपाखराच्या येण्याने
हिरवळ निसर्ग झाला
पावसाच्या ह्या पाण्याने

ओठांवरती गानी आले
गानी सारे मनी वसले
मनामधुनी राणात गेलो
राणामधुनी आवाज दिला त्या राजाने
हिरवळ निसर्ग झाला.....

राणं सारं ओल झालं
पिकाचंहे सोनं झालं
गरजुनहे आवतान दिलं त्या आभाळाने
हिरवळ निसर्ग झाला.....

पिसारा फुलला मोराचा
भास झाला चोराचा
गेलो राणात होईल चोरी सोनं ह्या भीतीने
हिरवळ निसर्ग झाला.....

पाखरांचे हे थवे उडाले
शिवाराचे हे नवे पहारे

पहारा देऊनी गाने गाऊ लागले त्या किलबिल आवाजाने
हिरवळ निसर्ग झाला.....

15. इश्क झालाय

चांदनीन रात सजली
देउनीया आवतान
मनातलं ओठांवर
आलया हे बहरून
झोप लागना ह्या रातीला
कस आभाळ हे सजलं
याद करूनी या पिरमाची
मन त्यातच हे रूझल
भान गेलया हरवून सारं तुझ्यात
इश्क झालाय तुला पाहुन
इश्क झालाय.....

आलोया तुझ्या भेटीला
घेऊन गुलाबया रातीला
रात इश्काची
घेऊनीया संगतीला
काय झालया काही समझना ह्या मनाला
बदलून गेलं या हे सारं एका क्षणाला
माझी तहानही गेलीया हरपून
इश्क झालाय तुला पाहुन
इश्क झालाय.....

16. पाखरावनी पंख दे

पाखरावनी पंख दे
उंच भरारी घ्यायची आहे
आभाळापर्यंतं जाऊन
माझ स्वप्न पहायचं आहे

एका छोट्याशा घराचा पत्रा पाहायचा आहे
त्या पत्र्यात राहनारी मानसं पहायची आहेत
त्या मानसांच्या चेह-यावर आनंद पहायचा आहे

देवा.....
पाखरावनी पंख दे
उंच भरारी घ्यायची आहे
आभाळामध्ये जाऊन
सुखाचा हा पाऊस पाडायचा आहे

17. लहानपणाच्या निराळ्या गोष्टी

लहानपणाच्या निराळ्या गोष्टी
आज मनामध्ये उमलून आल्या
पावसाच्या त्या सरी
आणि शाळेच्या त्या सुट्ट्या आनंद देऊन गेल्या

ना कसली लाज होती
ना कसला माज होता
अर्धा तास रडुन-रडुन जायचो
जस आपलीच शाळा अन आपलाच राज होता

ऊनामध्ये फिरायचो
चिखलामध्ये लोळायचो
आणि आई मारायला आली
कि आजोबांच्या माघं लपायचो

जेवणाचीही सुद नव्हती
खेळायचीही धुंदी होती
अभ्यासाचा कंटाळा सारा
पुस्तक हातात ठेवून
झोपायची ती नाटकं भारी होती

सोण्याचे दिवस होते

कधी गहाण ठेवले समजलंच नाही
आनंद सारा वा-यामध्ये उडून गेला
आणि कधी मोठे झालो आठवलंच नाही

18. छंद लागला तुझा

छंद लागला तुझा
भास होई रोज-रोज
पाहुन तुला येई
गालावर लाज

सपान हे सारं कस
डोळ्यापुढं दिसू लागलं
हसु लागलं हे मन
नाचत रानात जस
मोराच्या तालात
वाजे पैजनं कानात
सारं नव हे निराळं
प्रेम झालया हे आज

वारं मनामंधी तुझ
कस फिरू लागलं
तुझ रूप माझ्या
मनाला हे बोलु लागलं
आता सांग सजने
तुझ्या मनात सारं
नव नव हे निराळं
प्रेम झालया हे आज

19. अंधार मनाला लागला कसा

अंधार मनाला
देवा लागला कसा
काळं पडलं शिवार
देवा भासला मळा
वारं उनासंग येई
सावलीही साथ सोडी
जस आभाळानं
फासला गळा

अंधार मनाला
देवा लागला कसा....

स्वप्न डोळ्यातच बंध
जात मानसाची मंद
कसा विसरू तुला देवा....
मारलं मला
तुझ्या दानाचं हे धान
नाही भेटलं आता
झोळी फाटली आता
पसरून ही जगाला

20. आठवन शाळेची

आज आठवतायत ते दिवस
सकाळी पटांगणात उभा राहुन प्रार्थना बोलने
प्रार्थनेच्या वेळी एकमेकांच्या डोक्यावर मारने
सारं काही आठवतंय फक्त ते डोळ्यातच बंध राहतंय

त्या दोन शेवटच्या बाका
आणि तीथे बसलेली पाखरं
कुठे उडून गेले कळलंच नाही

त्या एका डब्यात दहा जनं
तो एक मॉनिटर
आणि आमचा वर्ग
कधी ती भिंत कोसळली आठवलंच नाही

आठवतोय तो क्षण
Toilet च्या नावाने पुर्ण शाळा फिरायचो
आणि दुस-या सरांनी विचारलं
तर टिचरांना बोलवाय सांगीतलय अस म्हणायचो

तेव्हा नकळत होतो
म्हणून शेवटच्या दिवशी आनंदाने नाचत होतो
पन आत्ता समजलं
तेव्हा मुली का रडल्या होत्या

आणि आम्ही शेवटचा दिवस होता म्हणून
सर्व शिव्या सरांवर सांडल्या होत्या

21. जीभेला पोळलं

पाण्याचं मडकं
उनाणं तापलं
अनं पानी प्यावं म्हनलं
तर जीभेला पोळलं
गोणपाट बाधलं होतं
त्याच्यावरी
तेही सुकून गेलं
आणि रानामध्ये
भर ऊन्हात
घसा कोरडा पडला
डोकं सारं
ऊन्हानं तापलं
आणि पाणी प्याव म्हणलं
तर जीभेला पोळलं

22. तुराट्याचं घर

तुराट्यांनी बांधलेलं घर माझ
भिती मला पाण्याची
दिवा माझ्या घराला
वात फाटक्या चिरगुटाची

मातीची आमची चुल
पोतरं तीला शेनाचं
गौ-या थापल्या घराला
चुल पेटना निवळ लाकडानं

हॉल आमचं आगंन
चांदण्या मोजत निजतो
अन पावसाची सर आली
की मंदीरात जाऊन बसतो

भाकरीवर मिरचु
तेल टाकून खातो
गरीबीत जगतो
पन ईमानदारीनं वागतो

अस सुगरनीच्या खोप्यासारखं
घर विनलय माझं तुराट्यानं
रात संपना स्वप्नानं

अनं वाट दिसना डोळे मिटल्याने

23. पैसा

मलाही आता हळु-हळु
जग कळू लागलंय
ज्याच्या खिशात पैसा हाय
त्यालाच आपलं म्हणू लागलंय

परकी तर परकीच
आपलीच मानसं तान्हे मारू लागलेत
अन पैसा दाखवुन
स्वतःला हुशार म्हणू लागलेत

पैसा म्हणे खुप मौल्यवान गोष्ट आहे
जाता ध्यानातुन जात नाही
आहो ज्या बुडाला आम्ही पानी घातलं
तेच झाड आता पैसे दिल्याशिवाय फळ देत नाही

पैसा पैसा पैसा
सतत ध्यानात एकच
ज्याच्या जवळ आसतं त्याच्याही
आणि ज्याच्या कडे नाही त्याच्याही
मनात मात्र घर करून बसतं

24. एकटेपना

नशीबाच्या बंद घरात
आता एकटा पडलोय
ना वारा आहे
ना चारा आहे
फक्त पाखरांचाच माझ्यावरी पहारा आहे

झाकायलाही कापड नाय
दाखवायलाही तोंड नाय
जिंदगी ही कशी
चालायलाही वाट नाय
अन डोळ्याम्होरं रात हाय

जगण्यालाही अर्थ काय
पाण्यासाठी डोळा हाय
झोपण्यासाठी सरन हाय
ह्या एकटेपना मध्ये
जगणं म्हणजे काय

25. जग कधी बदलल कळतच नाही

लहानाचा मोठा झालो
कधी कळलंच नाही
नाण्याचे नोटा झाले
रुपयाला भाव नाही
आयुष्याच्या पानावरचे शब्द मिटले
पान पलटतचं नाही
खुप सारं लिहायचं होतं जीवनावर
शाई उमटतच नाही
जगणं तेवढं राहुन गेलं
स्वप्ननांच्या मागे पळता-पळता
हा दिस मात्र कधी ऊजडतच नाही
आणि पैशामध्ये गुतंन गेलेल जग
कधी बदलल कळतच नाही

26. माय

आठवन तुझी
सदा येत राहील
चाफा तुझ्या
चरनी वाहने
आशिर्वाद राहुदे सदा
तुझ्या लेकरांवर
पावला-पावलांना
तुझ नाव घेत चालेन
गगनातुनही बघत रहा
आम्हावरी
साडी ही तुझी
सोनं म्हणून जपेन
आज्जी....
एकदा आवाज दे
तुझ्या नातवाला
जगणं ही सारं
माय म्हणून जगेन

27. मोरया

वक्रतुंड विघ्णहर्ता गणराज
कीत्तेक नावे तुझी मुखी
सदा राहुदे श्रध्दा तुझी
ठेव आम्हा सुखी

सुखाचाहा पाऊस
आमच्या दारी पडु दे
दुःखाचा हा डोंगर
त्याच पाण्याने कोसळु दे

रडु दे आम्हा आनंदाने
तुझ्या चरणी
आस लागुदे देवा तुझी
होऊ दे ही विश्व सारी तुझी धरणी

येऊदे पुन्हा हा
आनंदाचा काळ
तुटू दे आता ही
संकटाची माळ

28. का जगतोय मी ?

जगण्यामध्ये हरवून गेलोय
का जगतोय
कसा जगतोय
काहीच भान नाही
उगाच रूसतोय
उगाच हसतोय
हे ही कळत नाही
समजतचं नाही का जगतोय मी ?

हसु तर नाहीच
अश्रु आहेत
ते पन डोळ्यातच बंध आहेत
देव जाने कधी बाहेर येतील
असतील कायमस्वरूपी
पन दिसतील पावसातच
भिजलाय या अर्थाने
अर्थ लहानच आहे
पन वाक्य कळतचं नाही
का जगतोय मी ?

चाल्लोय मी सरळ वाटेवर
काटे का बोचतात
काटे नाहीच तीथे

तरीही का
पायाला वेदना होतात
वेदना देतय ते आयुष्य
भानावलो आहे मी म्हणून
आणि त्यात अडुन बसलाय
एक प्रश्न
का जगतोय मी ?

29. पाहताना तुला

पाहताना तुला
माझा मी हरवून जातो
एकांतामध्ये बसुन
तुझ्या विचारात रमतो

संपतो तुझ्या रूपात
माझ जगणं मी
भानावतो तुझ्या नादात
माझ बोलनं मी

सावरतो माझ्या मनाला
तुझ्या आदेने गडबडतं हे ह्रदय
बडबडतात हे ओठ आईण्यात पाहुन
कोणास ठावे ?

कधी दिसशील पुन्हा
वाट पाहतो
कागदावर लिहुन ठेवतो
तुला बोलायचं
मैत्रीचं,प्रेमाचं
आणि संसाराच

जास्त काही नाही

फक्त डोळ्यात डोळे घालून बघ
नजर तुझी वळणार नाही
पापणी माझी हलवणार नाही
आणि नजरेनं झालेलं प्रेम
ओठांवर व्यक्त करण्याची गरज
कधी पडनार नाही

30. अशी आमची चुल

विटानं सजली मातीनं
मातीनं धजली
रुप निराळं तीच
शेनात भिजली
अशी आमची चुल

खातंय लाडकं
खातंय गौ-या
पोटभर देतय पोटाला
अन म्हणतंय हाव-या

फुकनी तीची मैत्रीन
दिस भर चिटकुन बसतय
अन रातीला झोपताना
कोळश्याला घेऊन झोपतय

नटायला हीला रोज पाहीजे
प्यायला मातर राखले द्या
तोंड वासुनच बसतंय
चिप्पर ठेउन बाजुला दोन
झाकायला हीला तवा द्या

31. तु परत ये बाबा

शोधुन पाहिलंय सारं जग
कुठे दिसेनासा झालास
लपलास तरी कुठे बाबा
भेटेनासा झालास

ही लपवा-छपवी बस झाली
आता तु समोर ये
डोळ्यात आमच्या पुर आलाय
अन तुझ्याविना जगणं म्हणजे
सरनावर चिता नाय अन धुर झालाय

सावरू तरी कसा स्वतःला
दररोज त्या संध्याकाळची वाट बघत बसतो
कधी एकदाचा बाबा येईल
आणि काहीतरी खायला देईल

तु गेल्यापासून
हा दिस कधी मावळलाच नाही रे
हसणं कधी ऊखळचं नाही
फक्त जगणं तेवढ कळालं

आजही जेवताना
एक ताठ तेवढं उपाशीच राहतय रे

तुझ्या नावाची भाकर ती
दुरडीच जेवतय आता

तीनच पाखरं झालोय रे
आता घरात
उडून जावं तर जावं कुठ
अन तुझ्या जवळ यावं
तर तुला शोधाव कुठं

बास झालं बाबा
आता तु परत ये
आता तु परत ये......

32. शेवटची पंगत

पंगत बसली शेवटची
वाढायला भातवाढ्या आला
संगतीला मीठ घेऊन
रडायला कांदा दिला

सजला डोंगर भाताचा
कोसळला त्या दाळीनं
आली चपाती घेऊन भाजीला
तोंड अंबावलं त्या लोंच्यान

जलेभी अन बुंद्यान
गोड केलं तोंड
मिरची संग भेंडीला
घेऊन आलय तरी कोण

उरल्या शिदो-या
वाढल्या ताटात
दडलं सारं पोटात
अन लगीन झालं थाटात

33. शब्द

शब्द म्हणजे काय ?

शब्द देना-याची देण
शब्द घेना-याची घेण
शब्द सांगणारा कोण ?
शब्द एकना-याची मौन

शब्द कलमाचा तो चेला
शब्द मैफली चा मेळा
शब्द लेखकाची कला
शब्द झुलवनारा झुला

शब्द को-या कागदाची आई
शब्द बोलायची घाई
शब्द सासुराची शाई
शब्द जगणं तुझ्या पाई

34. मराठी नांदते येथे

हिंदुत्वाची खान इथे
रक्तातुनही साथ येते
संस्काराची बात जीते
अशी मराठी नांदते येथे

मातीलाही नाव आई
पिकाचंहे सोनं होई
शिवाराची ही गोष्ट सांगी जीते
अशी मराठी नांदते येथे

अभंगाची गोडी
येते पंढरीच्या दारी
शब्दालाही सुर येतो
विठ्ठलाच्या नावी जीते
अशी मराठी नांदते येथे

शिवरायांची किर्ती सांगते
भिमरायांची लेखनी बोलते
शाहु-फुलेंचे धडे वाचते जीते
अशी मराठी नांदते येथे

शाहीरांचे पोवाडे ऐकतो
कवी चे हे शब्द भावतो

संगीताचे गीत नाचतो जीथे
अशी मराठी नांदते येथे

35. तुझं वारं

वारं मनामंधी तुझ
गारावलं अंग
भाराभर स्वप्न माझ
तुझ्यात रंगल

रंगली ही रात
बात झाली पिरमाची
चांदणीन साथ दिली
येऊन दाराशी

36. माझ्या आयुष्याची बाबळ

काळ्या मातीत पेरलं
माझ्या आयुष्याचं दान
उगवलं सारं रान
बाभळीचं हे वन

शिवारात माझ्या
जसा यम बसियला
घेऊन जावया संगती
जनु पाहुना तो आला

फासाचं हे झाड
त्यानं मसान हा केला
आयुष्यानं माझ्या जनु
मरण्याचा सोहळा हा दिला

37. माझं असनं

पहाटेच्या पाराला
जेव्हा निघालो मी
शोधीत माझं असनं का ?
हा एक प्रश्न घेऊन

डांबरी वाटी
दसकटं पायाला लागत गेली
छळले त्या वाटेने पायाला
तरी असनं काही सापडेना

झाडांच्या सावलीत
थोडं बसावं म्हटलं
तर सुर्यांनी दिशा बदलली
आणि ऊन्हाचे चटके दिले

मन घट्ट करून चालत राहीलो पुढे
दिस मावळत गेला
पोटाची सारी बंडाळ झाली
पन असनं मात्र काही सापडेना

निघालो परत आल्या वाटला
अंगनात येऊन थांबलो
उंबरठ्याबाहेर आई बसली होती

तीला एकटक पाहीलं आणि माझं असनं सापडलं

38. सरना वरीया एक पान असुद्या

सरना वरीया माझ्या
एक पान असुद्या
जाताना ही थोडा
एकांत असुद्या

कविता लिहितो परी
राख माझी सावडुनी
जाताना ही देवाघरी
शब्द माझे देऊनी

दिसनार नाही शब्द ते
असनार नाही मी तेव्हा
भेटावया जाईन मी बाबांना
घेऊन ते एक पान तेव्हा.....

39. विसरू नकोस मला

मी एकांतात बसेन
तेव्हा तुझी आठवण येईल
विसरू नकोस मला
तुझं सौंदर्य माझ्याच लेखनीतुन निघेल

मोगरा जाई-जुई
फुल तुझ्या गंधाचे लिहेन मी
सुगंध कागदात तुझा
वाहेन मी

विसरू नकोस मला
चांदण्यात तुला मांडेन मी
लिहावया तुझी कहाणी
सुर्यालाही भांडेन मी

अप्सरा माधुरी
लिहेन तुझी अदा अदा मी
शब्द असे रचेल
की पाहवया तुला भरेल सभा ही

फक्त विसरू नकोस
तुझं सौंदर्य माझ्याच हातात आहे
चक्क होशील तेव्हा तु जेव्हा कळेल तुला

शब्द आणि वास्तव हे खुप वेगळं आहे

40. माझं गाव

नदी किनारी वारं येतं
खुशाल आईच्या पदरासारखं
तिथंच म्होरल्या अंगाला
गाव बसलय माझं हिरव्या मनाचं

राना-वनातुन मोर नाचती
जमती पाखरं बघावया
येती परगावी सारी
आपुलकी येते शिखावया

संस्काराची शाळा येते
भरती घरा-घरात
कडब्याचाहा वास घुमे
मारूतीच्या दारात

गुरं-मेंढरं सोनं आमचं
घरा-दारात एक एक
गाव आमचं शेतक-याचं
लातूर हे नेक

41. फुल

गुलाबाच्या फुला
तुझी जिंदगी ही कशी
तरुनीच्या हातामध्ये
मिळते तुला उशी

मोग-याच्या फुला
तुझा सुगंध हा भारी
केसातल्या वेनीमध्ये
होते तुझी वारी

जास्वंदीच्या फुला
मानलं रे तुला
देवाजीच्या म्होरं
कसा झुलतोस रे ? झुला

झेंडुंच्या ह्या फुला
मळा तुझा रे चागंला
दस-याच्या सनामध्ये
तु बांधीला बंगला

अरे कमळाच्या फुला
तु राजा या फुलांचा
निघ पाण्यातुन आता

तुझा रुबाब सोण्याचा

42. मलाही एक परी दिसावी

मलाही एक परी दिसावी
मंद वा-यात ती भासावी
पाहताना तिला
सुन्न सारं जग वाटावं
धुंद तिच्या नशेत एक रात जागावी
मलाही एक परी दिसावी
मंद वा-यात ती भासावी

ओठांवर एक तीळ असावं
गालावर नाजुक खळी पडणारी
रात्रंन दिवस ती दिसावी
माझ्या घरासमोरच ती बसावी
चिंब पावसात भिजलेली
मलाही एक परी दिसावी
मंद वा-यात ती भासावी

काजव्यांच्या रानात दिसावी
गुलाबाच्या कळीत हसावी
आपट्याच्या पानात सोनं म्हणून यावी
वहीत जपलेल्या पीसावानी रहावी
तिच्यात आणि माझ्यात फक्त एक चांदणी असावी
मलाही एक परी दिसावी

मंद वा-यात ती भासावी

माझ्या सोबत बसनारी
मला छळनारी
प्रेमात रूसनारी
निदान स्वप्नात तरी असावी
मलाही एक परी दिसावी
मंद वा-यात ती भासावी

43. अंजाने मे मीली एक लडकी

अंजाने मे मीली एक लडकी
दिवाना हो गया दिल
बातो-बातो मे उसके
अलफाज मेरे हो गये मुश्किल

कोन थी खुदा जाने
बस मीली गई एक दिन
सडक पे
धुंड रही थी रास्ता
लगा मुझे मेरे दिल का

मन ही मन मे बोल दिया
जो रास्ता धुंड रही हो
उधर ही घर बसा लेंगे
तुम सीर्फ हा तो बोलो

ओ बोलते गई मे खो गया
उसके खयालो मे
ओ चली गई कब
मे धुंडते रहा सडक पे

खेर मिलेगी जरुर ओ रास्ते पे

जो रास्ता पुछा था
अंधेरा होने तक घुमाते रहुंगा
आखीर दो-दो चाँद एकही बार मेंभीतो देख लु

बस एक बार नजर से नजर मीला के देख ले
बेशक मुहाब्बत दिखेगी मेरी आखो मे
तरसेगी चाहने मुझे
बस एक बार फिर मील जाये ओ सडक पे...

44. काहीतरी लिहुया म्हटलं

काही तरी लिहुया म्हटलं
कविता अंकुरली मनात
पेरनीचे ते दिवस होते
म्हणून पावसाला आनलं कागदात

सोपे विषय मांडीत गेलो
कधी बाप तर कधी आई
कधी प्रेम तर कधी एकटेपना
लिहु लागलो आनंदाने
माझ्या जनण्याचा हा किराना

साधे सरळ शब्द होते
काही शहरातले तर काही गावातले
उतरवले कागदावर
ध्याना-मनातले

लेखनी होती साथ देणारी
म्हणून सारं जमलं
आणि मित्रातलं जग सोडुन
कवितेत मात्र मन रमलं